અને અલીબાબાની અજાયબી વચ્ચે તેણે એક જબરજસ્ત પથ્થર પોતાની મેળે જ ગબડતો જોયો; અને તેની પાછળ અલીબાબાને એક અંધારી ગુફા દેખાઈ.

And to Ali Baba's astonishment, a gigantic rock rolled across on its very own, revealing a dark cave.

અલીબાબા અને ચાલીસ ચોર

Ali Baba $^{and}_{the}$ Forty Thieves

Retold by Enebor Attard

Illustrated by Richard Holland

Gujarati translation by Bhadra Patel

Mantra Lingua

ઘણા સમય પહેલાં અરેબિયામાં એક પૂનમની રાતે અલીબાબા બળતણ માટે લાકડાં વીણતો હતો ત્યાં તેણે કંઈક વિચિત્ર જોયું. વીજળીના ગડગડાટ જેવો અવાજ આકાશમાંથી નહીં, પણ પૃથ્વીના ઊંડાણમાંથી આવતો તેણે સાંભળ્યો.

A long time ago in Arabia, on a full moon night, Ali Baba noticed something very strange as he gathered firewood. A rumbling sound, like thunder, came not from the sky, but from below the earth.

ચંદ્રના અજવાળામાં પથ્થર પર વિચિત્ર પડછાયા પડતા દેખાતા હતા. અલીબાબાને લાગ્યું કે ને એકલો નહોતો. એ ચૂપકીથી નજીક સરક્યો અને પોતાના અસ્વારો માટે ઊભેલા ઘોડાના એક કાફલા પર પડતાં પડતાં માંડ બચી ગયો. અલીબાબા સંતાઈ ગયો અને થોડી વારમાં જ કાળા કામળા પહેરેલા માથા ઢાંકેલા થોડા પડછાયા ગુફામાંથી તેના તરફ આવવા લાગ્યા.

The moonlight sent strange shadows across the rocks. Ali Baba felt he was not alone.
He crept closer and nearly fell upon a pack of horses waiting for their riders.
Ali Baba hid and it was not long before a bunch of shadowy cloaks and hoods came
out of the cave towards him.

ते हता पोताना सरदार કाઇદ માટે બહાર ઊભેલા ચોર. કાઇદ બહાર નીકળ્યો, અને તેણે તારા તરફ નજર માંડતાં જોરથી કહ્યું, "બંધ થઈ જ સેસમે!" જબરજસ્ત પથ્થર ધ્રૂજ્યો અને ધીરેથી ગબડતો ગુફાના દ્વારને બંધ કરતો ચપોચપ બેસી ગયો. ગુફા બધાં માટે ગુપ્ત બની ગઈ...એક અલીબાબા સિવાય.

They were thieves waiting outside for Ka-eed, their leader.
When Ka-eed appeared, he looked towards the stars and howled out, "Close Sesame!"
The huge rock shook and then slowly rolled back, closing the mouth of the cave,
hiding its secret from the whole world... apart from Ali Baba.

પુરુષો દેખાતા બંધ થયા કે અલીબાબાએ પેલા પથ્થરને ખૂબ જોરથી ધક્કો માર્યો. પણ એ ત્યાં એવો તો બરાબર ચપોચપ થઈ બેસી ગયો હતો, જાણે કે દુનિયાની કોઈ પણ તાકાત તેને ખસેડી શકે નહીં.

"ખુલી જા સેસમે!" અલીબાબાએ સાવ ધીમા સાદે કહ્યું.

ધીરે ધીરે પથ્થર ખસ્યો, અને પેલી અંધારી અને ઊંડી ગુફા તેને નજરે પડી. અલીબાબાએ બહુ ચુપકીથી ચાલવાનો પ્રયત્ન કર્યો, પણ તેના દરેક પગલે ચારેબાજુ પડઘો પાડતો અવાજ થવા લાગ્યો. ત્યાં તો એને ઠોકર વાગી. ગબડતો ગબડતો એ ખૂબ સુંદર રીતે ભરેલી રેશમી જાજમોની થપ્પી પર જઈને પડ્યો. તેની ચારેબાજુ ચાંદી અને સોનાના સિક્કાની મોટી મોટી કોથળીઓ, હીરા અને માણેકથી ભરેલી બરણીઓ, અને હજુ પણ વધારે સોનાના સિક્કાથી ભરેલી જબરજસ્ત ફૂલદાનીઓ પડી હતી.

When the men were out of sight, Ali Baba gave the rock a mighty push.
It was firmly stuck, as if nothing in the world could ever move it.
"Open Sesame!" Ali Baba whispered.
Slowly the rock rolled away, revealing the dark deep cave. Ali Baba tried to move quietly but each footstep made a loud hollow sound that echoed everywhere.
Then he tripped. Tumbling over and over and over he landed on a pile of richly embroidered silk carpets. Around him were sacks of gold and silver coins, jars of diamond and emerald jewels, and huge vases filled with... even more gold coins!

"શું આ સ્વપનું છે?" અલીબાબા વિચારી રહ્યો. તેણે એક હીરાનો હાર ઉંચક્યો અને તેના ચળકાટથી એની આંખો અંજાઈ ગઈ. તેણે હાર પોતાના ગળામાં પહેરી જોયો. અને પછી એક બીજો પહેર્યો, અને ફરી એક બીજો. તેણે કિંમતી રત્નો પોતાનાં મોજાંમાં ભર્યાં. તેણે પોતાના દરેક ખિસ્સામાં એટલું સોનું ખોસ્યું કે તેના ભારથી એ માંડમાડ ચાલી શકતો હતો.

બહારે નીકળ્યા પછી તેણે જોરથી કહ્યું, "બંધ થઈ જ સેસમે!" અને પથ્થર ચપોચપ ગુફાના દ્વારને બંધ કરતો બેસી ગયો.

તમને ખ્યાલ તો આવી ગયો હશે કે ઘેર પહોંચતાં અલીબાબાને કેટલી વાર લાગી હશે. તેની પત્નીએ જ્યારે માલ જોયો ત્યારે તે આનંદની મારી રડી પડી. હવે તેમની પાસે આખી જિંદગી ચાલે નેટલું નાણું હતું!

"Is this a dream?" wondered Ali Baba. He picked up a diamond necklace and the sparkle hurt his eyes. He put it around his neck. Then he clipped on another, and another. He filled his socks with jewels. He stuffed every pocket with so much gold that he could barely drag himself out of the cave.
Once outside, he turned and called, "Close Sesame!" and the rock shut tight.
As you can imagine Ali Baba took a long time to get home. When his wife saw the load she wept with joy. Now, there was enough money for a whole lifetime!

બીજા દિવસે અલીબાબાએ તેના ભાઈ કાસીમને શું થયું હતું તે કહ્યું.

"તું એ ગુફાથી દૂર રહેજે," કાસીમે ચેતવણી આપી. "ત્યાં બહુ ખતરો છે."

શું કાસીમને પોતાના ભાઈની સલામતીની ચિંતા હતી? ના, જરાય નહીં ને.

The next day, Ali Baba told his brother, Cassim, what had happened.
"Stay away from that cave," Cassim warned. "It is too dangerous."
Was Cassim worried about his brother's safety? No, not at all.

તે રાતે જ્યારે બધાં સૂઈ ગયાં ત્યારે ત્રણ ગધેડાં સાથે કાસીમ ગામડામાંથી બહાર સરકી ગયો. જાદુઈ જગ્યાએ પહોંચીને એણે જોરથી કહ્યું, "ખુલી જા સેસમે!" અને પથ્થર ખસીને ખુલી ગયો. પહેલાં બે ગધેડાં અંદર ગયાં, પણ ત્રીજો તો ચસક્યો જ નહીં ને. કાસીમે તેને જોરજોરથી ખેંચ્યો, તેને ફટકાર્યો અને એટલા બરાડા પાડ્યા કે છેવટે ગધેડો અંદર ગયો. પણ ગધેડો એટલો ગુસ્સે થયો હતો કે તેણે જતાંજતાં પેલા પથ્થરને એટલા જોરથી એક લાત મારી કે પથ્થર ધીરેધીરે ક્રૂચડક્રૂચડ કરતો ગુફાના દ્વારને બંધ કરતો ફસાઈ ગયો.

"મૂરખ જનાવર, ચાલ હવે," કાસીમ કરાંજ્યો.

That night, when everyone was asleep, Cassim slipped out of the village with three donkeys. At the magic spot he called, "Open Sesame!" and the rock rolled open.
The first two donkeys went in, but the third refused to budge. Cassim tugged and tugged, whipped and screamed until the poor beast gave in. But the donkey was so angry that it gave an almighty kick against the rock and slowly the rock crunched shut.
"Come on you stupid animal," growled Cassim.

અંદર જઈને કાસીમે જે જોયું તેનાથી એ આનંદનો માર્યો અધધધ થઈ ગયો. ઝડપથી એક પછી એક થેલી ભરી લઈ ને બિચારાં ગધેડાંની પીઠ પર ઊંચે સુધી લાદતો રહ્યો. કાસીમને લાગ્યું કે હવે તેનાથી વધુ લઈ શકાશે નહીં, ત્યારે તેણે ઘરે જવાનું નક્કી કર્યું.

તેણે મોટેથી કહ્યું: "ખુલીજા કાજુઈ!" પણ કંઈ ન થયું.

"ખુલી જા બદામી!" એ બોલ્યો. ફરી કંઈ ન થયું.

"ખુલી જા પિસ્તાચી!" તો પણ કંઈ ન થયું.

કાસીમ હવે ગભરાયો. તેણે જતજાતનાં નામો બોલી ચીસો પાડી અને ગાળો કાઢી, પણ તેને "સેસમે" શબ્દ યાદ જ ન આવ્યો.

કાસીમ અને તેનાં ત્રણ ગધેડાં ગુફામાં ફસાઈ ગયાં હતાં.

Inside, an amazed Cassim gasped with pleasure. He quickly filled bag after bag, and piled them high on the poor donkeys. When Cassim couldn't grab any more, he decided to go home.
He called out aloud, "Open Cashewie!" Nothing happened.
"Open Almony!" he called. Again, nothing.
"Open Pistachi!" Still nothing.
Cassim became desperate. He screamed and cursed as he tried every way possible, but he just could not remember "Sesame"!
Cassim and his three donkeys were trapped.

બીજ દિવસે સવારના પહોરમાં હાંફળી-ફાંફળી થતી ભાભીએ અલીબાબાના ઘરનો દરવાજે ખખડાવ્યો. "કાસીમ ઘરે નથી આવ્યા," એ ધ્રુસકે ધ્રુસકે રડવા લાગી. "એ ક્યાં છે? હાયરે! એ ક્યાં છે?"

અલીબાબાને ધ્રાસકો પડ્યો. તે પોતાના ભાઈની ચારેબાજુ તલાશ કરતાં કરતાં થાકીને લોથપોથ થઈ ગયો. કાસીમ ક્યાં હોઈ શકે? પછી તેને યાદ આવ્યું. એ પેલો પથ્થર હતો તે જગ્યાએ ગયો. કાસીમનું ચેતનહીન શરીર ગુફાની બહાર પડ્યું હતું. ચોરોએ એને પહેલાં જ જોઈ લીધો હતો.

"કાસીમને જલદીથી દફનાવી દેવો જોઈએ," અલીબાબા પોતાના ભાઈના વજનદાર શરીરને ખભે નાખી ઘેર લઈ જતાં વિચારી રહ્યો.

Next morning a very upset sister-in-law came knocking on Ali Baba's door. "Cassim has not come home," she sobbed. "Where is he? Oh, where is he?"
Ali Baba was shocked. He searched everywhere for his brother until he was completely exhausted. Where could Cassim be?
Then he remembered.
He went to the place where the rock was. Cassim's lifeless body lay outside the cave. The thieves had found him first.
"Cassim must be buried quickly," thought Ali Baba, carrying his brother's heavy body home.

જ્યારે ચોર પાછા ઘેર આવ્યા ત્યારે તેમને કાસીમનું શબ ન જડ્યું. કદાચ જંગલી જાનવરો તેને લઇ ગયાં હશે. પણ તો પછી આ પગલાં કોનાં હતાં?

"આપણી છૂપી જગ્યા વિશે બીજ કોઇને પણ ખબર છે," કાઇદ ગુસ્સાથી અકળાઈ જતાં બરાડો પાડ્યો. "એને પણ આપણે મારી નાખવો પડશે."

પગલાંને જોતાંજોતાં ચોર સીધી અલીબાબાના ઘર તરફ જતી મૈયતમાં જોડાયા.

"આ જ એનું ઘર હોવું જોઇએ," કાઇદ વિચાર્યું, અને ચુપકીથી તેણે આગલા બારણા પર સફેદ ગોળાકાર દોર્યો. "આજે રાતે જ્યારે બધાં સૂઈ જશે ત્યારે હું તેને મારી નાખીશ."

પણ કાઇદને ખબર નહોતી કે કોઈએ તેને જોઈ લીધો હતો.

When the thieves returned they could not find the body. Perhaps wild animals had carried Cassim away. But what were these footprints?
"Someone else knows of our secret," screamed Ka-eed, wild with anger. "He too must be killed!"
The thieves followed the footprints straight to the funeral procession which was already heading towards Ali Baba's house.
"This must be it," thought Ka-eed, silently marking a white circle on the front door. "I'll kill him tonight, when everyone is asleep."
But Ka-eed was not to know that someone had seen him.

કામવાળી છોકરી મોરજિયાના તેને જોઈ રહી હતી. તેને આ અજાણ્યો માણસ દુષ્ટ હોય તેવું લાગ્યું. "આ ગોળાકારનો અર્થ શું હોઈ શકે?" એ વિચારી રહી અને કાઈદના જવાની વાટ જોતી રહી. પછી મોરજિયાનાએ ખરેખર બુદ્ધિ વાપરી. એક સફેદ ચોક લાવી તેણે ગામડાના દરેક દરવાજા પર તેવો જ ગોળાકાર દોર્યો.

The servant girl, Morgianna, was watching him. She felt this strange man was evil. "Whatever could this circle mean?" she wondered and waited for Ka-eed to leave. Then Morgianna did something really clever. Fetching some chalk she marked every door in the village with the same white circle.

That night the thieves silently entered the village when everyone was fast asleep.

"Here is the house," whispered one.

"No, here it is," said another.

"What are you saying? It is here," cried a third thief.

Ka-eed was confused. Something had gone terribly wrong, and he ordered his thieves to retreat.

તે રાતે જ્યારે બધાં ભર ઊંઘમાં સૂતાં હતાં ત્યારે ચોર ચુપકીથી ગામડામાં દાખલ થયા.

"આ રહ્યું પેલું ઘર," એક ચોર ધીમેથી બોલ્યો.

"ના, એ તો અહીં છે," બીજાએ કહ્યું.

"શું બકવાસ કરે છે? એ ઘર તો આ રહ્યું," ત્રીજાએ બરાડો પાડ્યો.

કાઇદ ગુંચવણમાં પડી ગયો. કંઈક ખરેખર ખોટું થયું હતું, અને તેણે પોતાના ચોરોને પીછેહઠ કરવાનો હુકમ આપ્યો.

બીજે દિવસે વહેલી સવારે કાઈદ પાછો ગામડામાં આવ્યો.

તેનો લાંબો પડછાયો અલીબાબાના ઘર પર પડ્યો અને કાઈદ જાણી ગયો કે આ જ પેલો ગોળાકાર હતો જે આગલી રાતે તે શોધી શક્યો નહોતો. એણે એક યુક્તિ રચી. તે અલીબાબાને સુંદર ચિતરામણવાળી ચાલીસ ફુલદાનીઓ ભેટ આપશે. પણ દરેક ફુલદાનીમાં હાથમાં તલવાર તૈયાર રાખી એક ચોર વાટ જોતો છુપાઈને બેઠો હશે.

તે દિવસે ઊંટ, ઘોડા અને રથ સહિતનો એક કાફલો અલીબાબાના ઘર સામે ભેગો થતો જોઈ મોરજિયાના હેબતાઈ ગઈ.

Early next morning Ka-eed came back.

His long shadow fell on Ali Baba's house and Ka-eed knew that *this* was the circle he could not find the night before. He thought of a plan. He would present Ali Baba with forty beautifully painted vases.

But inside each vase would be one thief, with his sword ready, waiting.

Later that day, Morgianna was surprised to see a caravan of camels, horses and carriages draw up in front of Ali Baba's house.

જંબુડી ઝભ્ભો અને ખૂબ સુંદર પાઘડી પહેરેલો એક પુરુષ તેના માલિકના ઘરે આવ્યો હતો.

"અલીબાબા," પેલા પુરુષે કહ્યું. "તું કોઈ મહાન વ્યક્તિ લાગે છે. તારા ભાઈને શોધી અને જનાવરોના મોઢામાંથી બચાવવાનું કામ કરી તેં ખરેખર બહાદુરી બતાડી છે. તેનો બદલો તને મળવો જ જોઈએ. કુરગૂસ્તાનના નવાબ મારા શૈખે પોતાના ખજાનામાંનાં અત્યંત અદભૂત રત્નો ભરેલી ચાલીસ ફુલદાનીઓ તને ભેટ મોકલી છે."

તમને ખબર તો પડી જ ગઈ હશે કે અલીબાબા બહુ ચાલાક નહોતો અને રાજી થઈ હસતાં હસતાં તેણે એ ભેટ સ્વીકારી લીધી. "જો તો ખરી મોરજિયાના, મને શું મળ્યું છે," તે બોલ્યો.

પણ મોરજિયાનાને શંકા થતી હતી. તેને લાગતું હતું કે કંઈક ખરાબ થવાનું છે.

A man in purple robes and magnificent turban called on her master.

"Ali Baba," the man said. "You are gifted. Finding and saving your brother from the fangs of wild animals is indeed a courageous act. You must be rewarded.

My sheikh, the noble of Kurgoostan, presents you with forty barrels of his most exquisite jewels."

You probably know by now that Ali Baba was not very clever and he accepted the gift with a wide grin.

"Look, Morgianna, look what I have been given," he said.

But Morgianna was not sure. She felt something terrible was going to happen.

"જલદી કરો," કાઈદ ગયો કે તે જોરથી બોલી ઉઠી. "ત્રણ ઊંટ પર ભરી શકાય તેટલું તેલ વરાળ નીકળે ત્યાં સુધી ઉકાળીને લાવી આપો. જલદી કરો, નહીંતર બહુ મોડું થઈ જશે. હું પછી બધું સમજાવીશ."

તરત જ અલીબાબા જઈને તેલ લઈ આવ્યો, હજારો બળતા કોલસાની જ્વાળા વચ્ચે છાંટા ઉડાડતું, સિસ્કારા મારતું તેલ. આ ખતરનાક તેલની બાલદી ભરી મોરજિયાનાએ પહેલી ફુલદાનીમાં રેડી અને તેના પર ઢાંકણું ચપોચપ બંધ કરી દીધું. ફુલદાની ખૂબ જોરથી ધ્રૂજવા માંડી. માંડમાંડ જમીન પર પડતાં રહી ગઈ. પછી તે સાવ સ્થિર થઈ ગઈ. મોરજિયાનાએ ધીરિથી ઢાંકણું ખોલ્યું અને અલીબાબાએ અંદર એક તદ્દન મરેલો ચોર જોયો.

કાઈદની યુક્તિ વિશે અલીબાબાને ખાતરી થઈ જતાં તેણે મોરજિયાનાને બધાય ચોરોને એ જ રીતે મારી નાખવામાં મદદ કરી.

"Quick," she called, after Ka-eed had left. "Boil me three camel-loads of oil until the smoke rises out of the pots. Quick, I say, before it is too late. I will explain later."

Soon Ali Baba brought the oil, spluttering and hissing from the flames of a thousand burning coals. Morgianna filled a bucket with the evil liquid and poured it into the first barrel, shutting the lid tight. It shook violently, nearly toppling over. Then it became still. Morgianna quietly opened the lid and Ali Baba saw one very dead robber!

Convinced of the plot, Ali Baba helped Morgianna kill all the robbers in the same way.

ते सांજे કાઇદ અલીબાબાને ત્યાં મિજબાની કરવા આવ્યો. તેમણે બન્નેએ માંસ અને બ્રેડની
જાતજાતની વાનગીઓ ઠસોઠસ ખાધી. તેમણે રસદાર સ્વાદિષ્ટ ફળોનું અમૃત પીધું.
પણ સૌથી વધુ માણવાની ચીજ તો મોરજિયાનાનું નૃત્ય હતું! બિચારો કાઇદ તો ભાન ભૂલી
ગયો હતો. સ્વાદિષ્ટ ભોજનના ઓડકાર ખાતો કાઇદ ચકળવકળ આંખોથી મોરજિયાનાને
પોતાની વધુને વધુ નજીક ઘૂમતી જોઈ રહ્યો.
ત્યાં તો ઓચિંતું હીરા જડિત એક ખંજર તેના હૃદયની ભીંતરે ખૂંચી જતું હોય તેવું તેને લાગ્યું.

That evening Ka-eed arrived to feast with Ali Baba.
They gorged on meats and breads cooked in wonderful ways.
They drank the rich nectar of sumptuous fruits. But the
highlight was Morgianna's dance! Poor Ka-eed did not have a
chance. Belching with the rich food, his eyes rolled round and
round watching Morgianna spin closer and closer.
Then all of a sudden, he felt a diamond studded dagger plunge
into the depths of his heart.

બીજા દિવસે જ્યાં પેલો પથ્થર હતો તે જગ્યાએ અલીબાબા પહોંચ્યો. તેણે ગુફામાંથી બધા જ ગુપ્ત સિક્કા અને રત્નો કાઢી લીધાં અને છેલ્લી વાર બોલ્યો, "બંધ થઈ જ સેસમે!"

તેને જે લોકોએ પોતાનો સરદાર બનાવ્યો તે બધાંને તેણે રત્નો વહેંચી દીધાં.

અને મોરજિયાનાને તેણે પોતાની મુખ્ય સલાહકાર બનાવી.

The next day Ali Baba returned to the place where the rock was. He emptied the cave of its secret coins and jewels and he called out, "Close Sesame!" for the last time.
He gave all the jewels to the people, who made Ali Baba their leader.
And Ali Baba made Morgianna his chief adviser.